ஆகவே நானும் . . .

ஆகவே நானும் . . .

தேவேந்திர பூபதி (பி. 1969)

வணிகவியலில் இளம்முனைவர் பட்டமும் நிர்வாகவியலில் முதுகலைப் பட்டமும் பெற்ற பா. தேவேந்திர பூபதி, பழனியைச் சொந்த ஊராகக் கொண்டவர். ஓய்வுபெற்ற பஞ்சாயத்து ஒன்றிய ஆணையரான அ. பாஸ்கர சேதுபதிக்கும் தங்கத்துக்கும் முதலாவதாகப் பிறந்தவர். சங்க இலக்கியங்களையும் தத்துவங்களையும் ஆர்வமாகப் பயின்று அதன்வழியே நவீன கவிதைத் தளத்திற்குள் வந்திருக்கும் இவர், ‘கடவு’ இலக்கிய அமைப்பினை நிறுவிச் செயல்பட்டு வருகிறார். சிற்றிதழ்களில் பரவலாகக் கவிதைகள் எழுதிவரும் இவரது ஐந்தாவது தொகுப்பு இது.

மனைவி: கீதா, மகன்: விஜயேந்திர பூபதி

மின்னஞ்சல்: devendhirapoopathy@gmail.com

தேவேந்திர பூபதியின் பிற நூல்கள்

- பெயற்சொல்
- வெளிச்சத்தின் வாசனை
- அந்தர மீன்
- முடிவற்ற நண்பகல்
- நடுக்கடல் மௌனம்
- வாரணாசி

தேவேந்திர பூபதி

ஆகவே நானும் . . .

காலச்சுவடு பதிப்பகம்

அன்பார்ந்த வாசகருக்கு,

வணக்கம்.

காலச்சுவடு நூலை வாங்கியமைக்கு நன்றி.

நூலின் உள்ளடக்கம், உருவாக்கம், அட்டைப்படம் இன்ன பிற அம்சங்கள் பற்றிய உங்கள் கருத்துகளையும் ஆலோசனைகளையும் காலச்சுவடு வரவேற்கிறது. தகவல், எழுத்து, வாக்கியப் பிழைகள் தென்பட்டால் கட்டாயம் தெரிவித்து உதவுங்கள். நூல் தயாரிப்பில் கடும் குறைபாடு இருப்பின் மாற்றுப் பிரதி உங்களுக்குக் கிடைக்கக் காலச்சுவடு ஏற்பாடு செய்யும்.

மின்னஞ்சல்: publisher@kalachuvadu. com

காலச்சுவடு நாகர்கோவில் அலுவலகத்திற்குக் கடிதம் அனுப்பலாம்.

தங்கள்
எஸ். ஆர். சுந்தரம் (கண்ணன்)
பதிப்பாளர் – நிர்வாக இயக்குநர்

ஆகவே நானும் . . . ◆ கவிதைகள் ◆ ஆசிரியர்: தேவேந்திர பூபதி ◆ © பா. தேவேந்திர பூபதி ◆ முதல் பதிப்பு: டிசம்பர் 2011, ஐந்தாம் பதிப்பு டிசம்பர் 2023 ◆ வெளியீடு: காலச்சுவடு பப்ளிகேஷன்ஸ் (பி) லிட்., 669 கே. பி. சாலை, நாகர்கோவில் 629001

aakavee naanum . . . ◆ Poems ◆ Author: Devendhira Poopathy ◆ © B. Devendhira Poopathy ◆ Language: Tamil ◆ First Edition: December 2011, Fifth Edition: December 2023 ◆ Size: Demy 1 x 8 ◆ Paper: 18.6 kg maplitho ◆ Pages: 72

Published by Kalachuvadu Publications Pvt. Ltd., 669 K.P. Road, Nagercoil 629001, India ◆ Phone: 91-4652-278525 ◆ e-mail: publications @kalachuvadu.com ◆ Printed at Adyar Students xerox Pvt. Ltd., No. 275 Habibullah Road, Triplicane high Road, Opp Triplicane Post Office, Triplicane, Chennai 600005

ISBN: 978-93-80240-91-6

12/2023/S.No. 436, kcp 4977, 18.6 (5) 1k

அன்பு மகன்
வசிஷ்டுக்கு

நன்றி

காலச்சுவடு, உயிர் எழுத்து, உயிர்மை, புது எழுத்து, ஆனந்த விகடன், கல்கி, புதுவிசை, உன்னதம், செம்மலர், அந்திமழை.காம், கீற்று.காம், சிக்கிமுக்கி.காம், தடாகம்.காம்

ஆனந்த், குவளைக் கண்ணன், பெருந்தேவி,
சுதீர் செந்தில், சி. பழநி

பொருளடக்கம்

முன்னுரை

தேடித் திரிந்ததும் வந்து சேர்ந்ததும்

அடிப்படையில் கவிதை சொற்களால் கட்டி எழுப்பப்பட்ட ஒரு சொற்கட்டுமானம். நாம் எப்படிச் செங்கற்களை வீடு என்று சொல்வதில்லையோ, அப்படியே சொற்களைக் கவிதை என்று சொல்வதில்லை. மேலும் வீடு என்பது சுவர்களல்ல, நாம் வெட்டவெளியில் சுவர்களை எழுப்பி நமக்கான குறிப்பிட்ட அளவு வெளியைத் தடுத்து, அந்தக் குறிப்பிட்ட அளவிலான வெளியை வீடென்று புழங்கு கிறோம். சுவரும், சுவரெடுத்துப் பிரித்துக்கொண்ட வெளியும் சேர்ந்ததுதான் வீடு. அகன்ற அர்த்தப் பரப்பில் சொல்லெடுத்துத் தடுத்து ஒரு குறிப்பிட்ட அர்த்தத்தைச் சுட்டுகிறது கவிதை. ஆனால் கவித்துவ அர்த்தச் சுட்டல் கவிதையல்ல.

கவிதை கவிஞனுடையதல்ல, அது வாசகனுடையது. ஆனால், தன்வழியே வெளிப்படும் கவிதைக்கு கவிஞனே முதல் வாசகன். மனிதர்கள் புழங்குவதற்கு ஏற்ப, காற்றையும் வெளிச்சத்தையும் அனுமதிக்கும்படி வீட்டை நிர்மாணிப்பது எப்படி ஒரு கட்டுமானக் கலைஞனின் பணியோ, அப்படியே வாசகன் புழங்குவதற்கு ஏற்ப கவிதையைக் கட்டியெழுப்புவது ஒரு கவிஞனின் பணி. கட்டமைப்பு மாளிகையாகவோ, சத்திரமாகவோ, பள்ளிக்கூடமாகவோ, தொழிற்சாலையாகவோ, சிறு வீடாகவோ, கடையாகவோ, அரங்கமாகவோ, பல்லரங்கமாகவோ எதுவாகவும் இருக்கலாம். சொற்களைக் கட்டி எழுப்பிய கவிதையெனும் கட்டமைப்பு தனிப்பட்ட ஒரு வாசகன் புழங்குவதற்கான வெளியைத் தருகிறது. பலர் கூடிக் குழுமிக் கொண்டாட்டங்களை நிகழ்த்தும் சந்திரத்தையும், மண்டபத்தையும் நாம் வீடென்று அழைப்பதில்லை. அதுபோலவே சமூகத்துக்கான புழங்குவெளியைத்

தரும் இரைச்சல் மிகுந்த சொற்கட்டமைப்புகளை அவை சமூகத துக்கு எவ்வளவு உபயோகமாக இருந்தபோதிலும் கவிதை யென்று அழைப்பதில்லை.

காற்றும், வெளிச்சமும் இல்லாத வீட்டைப் போன்ற எத்தனைக் கவிதைகளுக்குள் நாம் நுழைந்து தடுமாறுகிறோம். மயன் மாளிகையைப் போன்ற எத்தனைக் கவிதைகளில் நாம் திகைக்கிறோம். ஒரு சிறிய சொற்கட்டுமானத்தின் வழியாக நீள் விசும்பை, பிரபஞ்சத்தை என்று பிரம்மாண்டத்தை உணரச செய்யும் தன்மை வாய்ந்தது கவிதை.

கவிதை உணர்த்தும் பிரம்மாண்டம், நம் கண்களால் வெளியில் காணக்கூடிய பிரம்மாண்டம் மட்டுமல்ல, அது நமக்குள் உள்ள பிரம்மாண்டம். இதனால்தான் கவிதை மனிதனை விசாலப்படுத்துகிறது என்கிறோம். சொல்லாலான கலைகளிலேயே ஆதிக்கலை கவிதைக்கலை என்கிறோம்.

தேவேந்திர பூபதியின் கவிதைகள் அவற்றின் சொற்கட்ட மைப்பின் வழியாக நமக்குக் காட்டும் உலகம் எது? அவை எத்தகைய கட்டமைப்பைக் கொண்டவை? அந்தக் கட்டமைப் பின் மூலம் அவை கட்டி எழுப்பி நாம் புழங்குவதற்காக நமக்குத் தந்துள்ள வெளி எத்தகையது? அவர் கட்டித் தந்துள்ள வீடு நாம் வசிக்கும் வீட்டைப் போன்றதா? மயன் மாளிகையா? அல்லது கல்யாண மண்டபமா? வாசகனாக ஒரு கவிதையை யும், கவிதைத் தொகுப்பையும் வாசிக்கும்போது நாம் எங்கும் நுழையலாம். கவிதை ஒற்றை வாசல் கொண்டதல்ல, அதன் சுவர்களும் நுழைந்து புக முடியாதவையல்ல, இந்தத் தொகுப்பி லுள்ள கவிதைகளை வாசித்துக்கொண்டிருந்தபோது சில வரிகள் புன்னகைக்க வைத்தன, சில வரிகள் புருவங்களைச் சுருக்கி உன்னிப்பைக் கோரின.

‘வளிவழி வந்தவன்’ என்னும் தலைப்பிலுள்ள கவிதை என்னை உள்ளே வாங்கியது. இந்தக் கவிதையில், ‘காற்றைக் காணுவதற்கான ஆடிதான்/காற்றாடி’ என்னும் வரிகள் என்னை உள்ளே வாங்கியது. சிறுவயதில் நானும் காற்றாடி விட்டிருக் கிறேன். காற்றாடி செய்யும்போது, குச்சிகளை வில், அம்பு போன்ற அமைப்பில் வைத்து நூல் கட்டி, அதன்மேல் காகித்தை ஒட்ட வேண்டும், குச்சிகளை வில்லும் அம்புமாக வைத்துச் சரியாகக் கட்டுவதற்குச் ‘சூத்திரம் போடுவது’ என்று சொல்லுவோம். சரியாகச் சூத்திரம் போடாவிட்டால் காற்றாடி மேலெழும்பிப் பறக்காது. காற்றாடியை காற்றைக் காண்பதற் கான கண்ணாடி என்கிறார் கவிஞர்? காற்றாடி மேலெழும்பிப் பறக்கும்போது நாம் காற்றாடி பறப்பதைப் பார்க்கிறோம்.

இந்தக் கவிதையில் கவிஞர் காற்றாடியில் காற்றைப் பார்த்துக் கொண்டிருக்கிறார். மேலும் அடுத்து வரும் வரிகளில், 'காற்றாடும் போதுதான் பிராணன் / தன்னை மொழிந்துகொள்கிறது' என்கிறார். காற்றாடி அசைவதை உயிர் அசைவதாகவும், அசைந்து ஏதோ சொல்கிறதாகவும் காண்கிறார். எங்கும் நிறைந்துள்ள காற்றுதானே உயிர்மூச்சென நம் உடலுக்குள் ளேயும் நிறைந்துள்ளது. இவ்வாறாக அமைந்த உயிர்மூச்சு எதையோ மொழிந்துள்ளது? எதை மொழிந்துள்ளது? அடுத்து வரும் வரிகளில் காலத்தை ஓசையாக்கிக் காற்றில் கரைக் கிறார், காலத்தை ஓசையாக்கி ஊதித் தள்ளுகிறார். இப்போது காலமற்ற வெளியில் பறவைகள் காற்றில் தடம் கண்டு அனுசரணம் பெறுகிறது என்றுவிட்டு, காற்றிடமே யாவும் சரணடைகின்றன. நானும் சரணடைகிறேன், சரணடைந்த தால் தன்னையும் காற்றுவழி வந்தவன்தானென்று சொல்லி முடிக்கிறார். நம் உடலுக்குள்ளே காற்று அசைந்து கொண் டிருப்பதால்தான் நாம் நடக்கிறோம், ஓடுகிறோம், ஆடுகிறோம், பாடுகிறோம், புணர்கிறோம், பிள்ளை பெறுகிறோம், எழுது கிறோம், படிக்கிறோம். காற்றாடியைப் பார்த்து, காற்றைப் பார்த்து, வெளியே அசையும் காற்றைப் பார்த்ததோடு, உள்ளே அசையும் காற்றையும் பார்த்து . . . இப்படியெல்லாம் பார்ப்பதைத்தான் கவிமனம் என்கிறோம். இப்படிப் பார்ப்பவ னைத்தான் கவிஞன் என்கிறோம்.

'ஆகவே நானும் . . .' என்னும் இந்தத் தொகுப்பிலுள்ள கவிதைகளில் தேவேந்திர பூபதியின் கவிதைகளில் வெளிப் படும் உலகம் எது? எத்தகையது?

தொகுப்பின் முதல் கவிதையான 'நிலவின் மீதான கதை கள்' என்னும் தலைப்பிலுள்ள கவிதை இப்படித் தொடங்கு கிறது, 'தாயாதிகள் வழக்கொழிந்த காலத்தின் / புதிய நடவு களில் நான் நினைவிழந்தேன் / என்னைப் பெயர் சொல்லி அழைப்பது / நிகழ்காலமா இறந்த காலமா . . . தாயாதிகள் வழக்கொழிந்த காலத்தை நாம் தற்போது என்று கொள் வோம், அதென்ன தாயாதிகள்? பங்காளிகள் என்றால் சொத் தில் பங்குரிமை உள்ள தந்தைவழி உறவுகள். அதாவது, பெரியப்பன் மக்களும் சிற்றப்பன் மக்களும். தாயாதிகள் என்பது தாயை ஆதியாகக்கொண்ட உறவுகள், அதாவது தாயின் சகோதர சகோதரிகளின் மக்கள், அம்மாவின் அக்கா தங்கைகளின் மக்கள். நமக்கு அண்ணன், தங்கை களானாலும் அவர்களும் நாமும் சொத்தைப் பகிர்ந்துகொள்ள மாட்டோம். ஏன் தாயாதிகளின் வழக்கொழிந்தது? தாய்வழி உறவுகளோடு தொடர்பற்றுப் போய்விட்டதா? புதிய நடவு

களில் என்றால் என்ன? புதிய உறவுகளா? மனைவி வழியாக வந்த உறவுகளாக இருக்குமா? அவர்களில் யாரோ பெயர் சொல்லி அழைக்கும்போது நினைவிழக்கிறதா? நினைவிழப்பது என்னும்போது மயங்கி விழுவது என்று மட்டும் அர்த்தமாகாது, தற்போதைய கணத்திலிருந்து மனம் இறந்த காலத்துக்கு அதாவது பிள்ளைப் பருவத்திற்குப் போகும்போதும் நினைவிழக்கும். மனம் தற்போதில் இல்லாமல் எதையோ யோசித்தபடி நடக்கிறோம், மாடு மிரண்டோடி முட்ட வருகிறது, யாரோ ஒருவர் கையைப் பிடித்து இழுத்து விடுகிறார், கையைப் பிடித்து இழுத்து நம்மைக் காப்பாற்றியவர் கேட்கிறார், "என்னங்க மாடு முட்ட வர்றதுகூட தெரியாத அளவுக்கு இப்படி சுயநினைவு இல்லாம ரோட்டுல போறீங்களே?" இதுவும் நினைவிழத்தல்தான். மனைவி வழி உறவினர் யாராவது மருமகனே என்றோ, மாப்பிள்ளை என்றோ அழைத்தது, தன் சிறு வயதில் தன்னைத் தன் தாய் மாமன் அவ்வாறு அழைத்ததை நினைவுபடுத்தி இருக்கலாம். புதிய ஆட்டுக்குட்டிகள் யார் குழந்தைகளா? அவை தாய் முகத்தை அண்ணாந்து பார்க்கின்றனவா? வல்லூறுகளிடமிருந்து ஆட்டுக்குட்டிகளைக் காக்கும் மேய்ப்பர்கள் யார்? தந்தைகளா அல்லது தெய்வங்களா?

நீங்கள் தாயாதிகளின் நிலத்தைச் செப்பனிட முடியாது, வெட்டுக் குத்தாகிவிடும். தாயாதிகளின் நிலத்தில் உங்களுக்கு உரிமையில்லை. தாயாதிகள் நிலமாக மனத்தில் உள்ள பிரதேசத்தைச் செப்பனிடலாம், நம் மனநிலங்களைச் செப்பனிடுவதை யாரும் கேட்க முடியாது, அது கீரை விதைக்கும் மேட்டாங்காடாகத்தான் இருக்க வேண்டுமென்பதில்லை, நெல் வயலாகவும் இருக்கலாம். ஆடுகள் மூதாதைகளின் பெயர் சொல்லிச் செருமுகிறதாமே, பையன் கதை சொல்லத் தாத்தாவைக் கேட்கிறானா? அல்லது தந்தையின் பிள்ளைப் பிராய ஏக்கமா? கதைகளுக்கு மாற்றே கிடையாது. சமாதானமே சொல்ல முடியாது. பையனுக்குச் சொல்வதைப்போல் உங்களுக்கே சொல்லிக்கொள்ளுங்கள். கதைகள் பெருகட்டும்.

இந்தக் கவிதைகளில் ஏழேழு உலகங்கள், ஏழேழு முறைகள் என்று ஒன்றுக்கு மேற்பட்ட இடங்களில் 'ஏழு' சொல் முறையாக வருகிறது. ஏழு என்னும் எண்ணுக்கு இந்தியத் தத்துவ மரபில் முக்கிய அர்த்தம் சொல்கிறார்கள். பேச்சு வழக்கில் ஏழேழு ஜன்மத்துக்கும், ஏழேழு தலைமுறைக்கும் என்ற உபயோகத்துக்கு பல/பற்பல என்று பொருள் வருகிறது.

பூபதியின் முந்தைய கவிதைகளில் வந்ததைப் போலவே இந்தத் தொகுப்பிலுள்ள கவிதைகளிலும் பெண்கள் தோழிகளாகவும் காதலிகளாகவும் வருகிறார்கள். புதிதாக இந்தக் கவிதைகளில் குழந்தைகள் வருகிறார்கள். அவர்கள் எலிப்பொந்திலும் முயல்பொந்திலும் வசிக்கிறார்கள். கவிதை சொல்லி ஒரு கவிதையில் நண்டு வளைக்குள் குதித்து வீடடைகிறார். 'இந்தக் கவிதைகளில் தந்தை – மகன், மூதாதைகள் – நான், நித்தியம் – அநித்தியம், பகல் – நிலவு என்று எதிரிடைகள் சொல்லப்பட்டு, கவிதையின் ஓட்டத்தில் இந்த எதிரிடைகளின் மையம் எட்டப்படுகிறது. 'அலைபாயும் பூனை' கவிதை பூனைகளைப் பற்றித்தான் பேசுகிறதா? 'கோபுரப் பறவைகள்' கவிதையின் கடைசி சில வரிகள்:

வழி மறக்காத
இந்தக் கோபுரப் புறாக்கள் மட்டும்
ஏன் எழுந்தெழுந்து ஒரே இடத்தில்
அமர்கின்றன
இருட்டில் தலை சுழலக் கூர்ந்திருக்கும்
கூகைகளிடம்தான் அதைக் கேட்க வேண்டும்.

ஆமாம், கோபுரப் புறாக்கள் எழுந்தெழுந்து ஒரே இடத்தில் அமர்வதேன்? அதையேன் கூகை(ஆந்தை)களிடம் கேட்க வேண்டும்? ஆந்தைகள் இருளில் காணக்கூடியவை, அவற்றுக்குத்தான் தெரியும் என்றால் இது இருட்டில் நடப்பது புறாக்கள் இருட்டிய பிறகு பறப்பதில்லை, அப்படியே பறந்தாலும் நமக்குத் தெரியாது. அப்படியென்றால் இது நிஜத்தில் நடப்பதல்ல, மனத்தில் நடப்பது மனத்தின் இருட்டில் உள்ள கோபுரத்தின் புறாக்கள் இவை.

இந்தத் தொகுப்பில் அன்பு (காதல்?) கசியும் சில வரிகள், சில கவிதைகள் இடம்பெற்றுள்ளன. உதாரணத்துக்கு 'பழைய தாழ்வாரம்' என்னும் தலைப்பிலுள்ள கவிதை:

உன் பழைய தாழ்வாரத்திற்குப்
பித்தத்திலிருந்து ஒரு சொல்

... ...

... ...

நீல இரவில்
யாதொன்றும் செய்யத் தோன்றாமல்
நீயிருக்கும் தாழ்வாரத்தில்
அன்பே
இன்று மழை பெய்ய வேண்டும்.

தொகுப்பில் தத்துவ விசாரத்துடனான கவிதைகள் சிலவும், கவிதை பற்றிய கவிதைகள் சிலவும் இடம்பெறுகின்றன. 'மூட்டைச் சாமி' கவிதையில் வரும் மூட்டைச்சாமி இப்போது இருக்கிறாரா திருவாவினன் குடிக்காரனே? மனிதர்கள் எல்லோருமே உட்கார்ந்த இடத்திலிருந்தே எட்டூரையும் பார்த்துக் கொண்டுதான் இருக்கிறார்கள். சில கவிதைகள் கவிதை பற்றிய சொல்லாடல்களாகவும் சில தத்துவ விசாரணையுடையவையாகவும் உள்ளன.

கடைசியாக, 'உள்ளங்கையில் விதை' என்னும் தலைப்பிலுள்ள கவிதையின் கடைசி வரிகள் :

வந்துவிட்டாயா
என ஒரு குரல்
எங்கிருந்து எனத் தெரியவில்லை.

என்று முடிகிறது. அது கவிதையின் குரல்தான், 'நீங்கள் வந்துவிட்டீர்கள் பூபதி' என்று சொல்லத் தோன்றுகிறது.

சென்னை ***600005*** **குவளைக்கண்ணன்**
23.12.2011

நிலவின் மீதான கதைகள்

தாயாதிகள் வழக்கொழிந்த காலத்தின்
புதிய நடவுகளில் நான் நினைவிழந்தேன்
என்னைப் பெயர் சொல்லி அழைப்பது
நிகழ்காலமா இறந்தகாலமா

புதிய ஆட்டுக் குட்டிகள் தள்ளாடி
எழுந்து முகம் தூக்கி நிலம் பார்க்கின்றன
மேய்ப்பர்கள் வல்லூறுகளை அண்ணாந்து நோக்க
நீண்ட நேரமாக ஒரு பதிலைச்
சொல்லிக்கொண்டிருந்தேன்

ஆகாய மார்க்கமாக
வந்திறங்கும் காலத்தின் தனிமையில்
நிலவின் மீதான கதைகள் பெருகியிருந்தது

நானும் ஏழு கதையில் பலவாறாக
ஆட்டுக்குட்டிகளோடு கீரைகள் பயிரிட்ட
நிலங்களில் கிணற்று நீரை
எட்டிப் பார்த்தபடி
தயாதிகளின் நிலத்தைச் செப்பனிடுகிறேன்

ஆடுகள் என் மூதாதைகளின்
பெயர் சொல்லி செருமுகின்றன

என்னால் பதில் சொல்லி மாளவில்லை.

செல்லரித்த ஓலைச் சுவடிகள்

இரகசியத்தில் வாழ்வது
காட்டாமணக்கு வேலியில்
புழு கொத்தும் சேவல் போன்றது
பதினாயிரம் நாட்கள்
காத்திருந்தால் வருவேன்
என்று சொல்லிவிட்டுப்போன கிழட்டு பூதம்
எங்கோ உறங்கிவிட்டது

ஓலைச் சுவடிகள் செல்லரித்துப்போய்விட்டன
பத்திய காலத்தில் இருப்பவர்கள்
வேனிலில் நீர் அருந்தும்
முதலைகள்போல் வாய்பிளந்து
இருக்கிறார்கள்

வீடுகளின் வளைவுகளில்
சாலையின் நேர்கோட்டில்
மலையின் தொடுவானத்தில்
யாவற்றுக்கும்
நான் அறிமுகமாகிக்கொண்டிருக்கிறேன்

மறுபடியும் ஒரு ரகசியம்
இறைவனுடனான ஒப்பந்தம்
பரிசீலனையில் இருக்கிறது
நிபந்தனை: கிழட்டு பூதத்தை

எப்படியும் அவரிடம்
ஒப்படைத்துவிட வேண்டும்.

குழந்தையின் கண்கள்

காலத்தில் இருந்து ஒருத்தி
கரை நின்று பாடுகிறாள்

ஏழு ஆலயங்களில் பூசைமணி கேட்கிறது
நீர் நாரைகள் வயலில் எழும்புகின்றன
காய்ந்த புற்களின் வேர்கள்
நீர் தேடும் கோடை
மலைமேல் இருந்து குளிர் காற்று

அவள் கன்னங்கள் சிவந்து
கனலும் காதலின் மொழிபெயர்ப்பில்
நான் வேற்று நில மனிதன்
காலையின் வயல்வெளிப் பாடலை
அறுவடைக்கு முன் அவளுக்குச்
சமர்ப்பிக்க வேண்டும்

பூக்காத காலத்திற்கும்
முதுமைக்கும் இடையே
நான் கடக்கும் தூரத்தை
சோகமாக வருத்துகிறது அப்பாடல்

எல்லா நிலங்களிலும் பருவ காலங்களில்
மனம் துறக்கிறார்கள் காதலர்கள்
வானத்தில் ஒரு புதிய நட்சத்திரம்
கூடிவிடுகிறது அப்போது
நிலத்தின் அமைதிக்கு
குழந்தையின் கண்களால்
தேம்புகிறது அது

எனக்கு உனக்கு அவனுக்கு

மணல் சேகரிக்கும் வாழ்க்கை
எறும்புகளின் நிலமும் குழியும் அதுதான்
பாதம் பற்றி வீடு சேர்கின்றன
பல்லாயிரம் துகள்கள்

உடைகளில் உணவில் படுக்கையில்
எங்கும் குறுகுறுக்கும் மணல்
கண்களில் விழுந்தால் எரிச்சல்
வியர்வையில் படிந்தால் அரிப்பு

வீடெல்லாம் மணல்
மணல்தான் கடலின் குவளை
மண் தின்றவன் மாயவன்
ஏழேழு உலகங்களிலும் மணல்
மணலில் முத்தத்தின் வாசனை
மண்ணின்று ஏது உலகு
மண்ணிற்கே அனைத்தும் சொந்தம்
மண் மகள் ருதுவாகத்தானே வசந்தம்

எனது பாடல் மணற்சேர்க்கை
மலரும் திராட்சையும்
மண்ணின் நிறமும் சுவையும்தான்
தீராத மணல் விளையாட்டில்

இறுதியில் அவரவர் கை மணல்
தேவதச்சனுக்கு
ஆனந்திற்கு உனக்கு எனக்கு
இருக்கிறானே அவனுக்கும்.

அனுபவம் + தாமதம் = சம்பவம்

சொல்லில் அடக்கமற்ற ஒரு காலம்
காலத்தில் அடங்காத ஒரு செய்கை
செய்கைக்குத் தப்பிய ஒரு சம்பவம்

சம்பவமற்ற காலத்தில் ஜனித்தது யார்
சுயாதீனத்தோடு ஒரு பேச்சு
பேச்சு மறதியில் ஒரு தாமதம்
தாமதிக்காமல் எடுத்த முடிவு
முடிவற்ற காலத்தில் உயிர்த்தது யார்

வாழ்ந்து அறிந்த ஒரு வாழ்க்கை
வாழ்வு என்பதோ ஞாபகம்
ஞாபகத்திலிருந்து அனுபவம்

அனுபவத்திலிருந்து ஞானமெனில்
ஞானமற்ற காலத்தில் பிறப்பவர் யார்
சொல் பேச்சு செய்கை சம்பவம்
தாமதம் ஞாபகம் வாழ்வு
ஞானம் அனுபவம்
முடிவு சரிதான்.

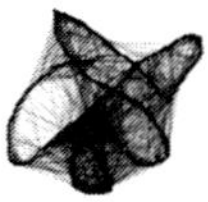

நோக்கு நிலை மலையுச்சி

சந்திப்பவர்கள் தங்களது கடைசி நாட்களையும்
வரச் சொல்பவர் தன் முதல் நாளையும்
கொண்டிருக்கும் நிகழ்தகவான காலத்தில்
யாருக்கு என்ன தேவை என
அதுவும் பிறருக்குத் தர முடியாத
மனச் சான்றின் கீற்றிலிருந்து
பிரியும் ஒரு தென்னங்காய் கீழே விழுகிறது

பசுமரத்தாணிபோல பதிந்துவிட்ட
இளமையிலிருந்து போதனைகள்
படிமமாய் உறைந்துவிட்ட மொழியிலிருந்து
தொடர்புகொள்ளும் ஒருவர்
பறவை கொரித்த காய்கள்
ஐம்பது சக்கரங்கள் கொண்ட
வாகனம் இப்போது கடந்து
போவதை யார் கவனிக்கிறார்கள்

நான் இருக்கும் விதியைக்
குரங்குகள் கிழித்து விளையாடும்போது
கையில் இருக்கும் கடலைகளை
அச்சத்துடன் அவை முன் வீசுகிறேன்

பாதையின் நோக்குநிலை மலையுச்சி
அங்கு ஒரு பெண் தெய்வம்
அது கொல்லட்டும்
கனிகளை விட்டு கைப்பொருளை அபகரிக்கும்
தேவைகளுக்கு சாகஸம்
எனப் பெயர் எனில்
அன்பிற்கு கேவலம் என்ன பெயர் சூட்டுவாய்

சக்கரமற்ற உன் வாகனம் எதைக் கடக்கப்போகிறது
நிகழ்தகவின் இருபுறமும்
நீதான்
தான் இருத்தலோடு சிந்திக்கிறாய்

உன் தோட்டம் முழுதும் தென்னங்காய்கள்
விழுந்துகொண்டிருக்க
குடையோடு நீ வெளியே புறப்படுவாய்.

ஞானச் சேகரிப்பு

பரிவானதும் ஏமாற்றம் தராததும்
துண்டித்துக்கொள்ளவும் தக்கதான
வார்த்தைகளைக் கையில் வைத்திருந்தேன்

பிரிவின்போது சுயநலமிக்கதென்றும்
ஏமாற்றாதபோது கறாரானது என்றும்
துண்டித்துக்கொள்ளும்போதோ
தகுதியில்லாதது என்றும்
அவைகள் வேறு அர்த்தங்களுக்குத் திரிபடைந்தன

சலிப்பானதும்
ஒதுங்கிக்கொள்வதும்
தொடர்பற்று இருப்பதும்
ஞானம் என்று சேகரித்தபோது
பாராட்டுவதும் வருந்தி அழைப்பதும்
ஒப்புதல் இல்லாமலேயே
இடம்பெறச் செய்வதுமாய்
அவை மீளச் சூழ்ந்துவிடுகின்றன

வார்த்தைகளின் வன்முறையிலிருந்து
யாரும் தப்ப முடியாது

இந்த நாசகாரச் சூழலில்
அன்புடன் எனத் துவங்கும்போதே
மறுவினாடி எத்தனை பதற்றமாக இருக்கிறது.

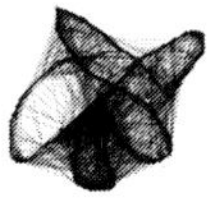

கால் மாற்றியவன்

அறிவார்த்தமாகச் சொல்வதென்றால்
முன் உணரும்படி இருக்கிறது இருப்பு
யார் உணரும்படி
நானே உணரும்படி என்கிறான் ஆதிப்பித்தன்

பித்தனின் கால் மாற்றும் காலம்
ஊழி திரள்கிறது
புறம் மயங்கி அகத்திலோர் மாயம்
பல்லாயிரம் கோடி இருப்புகள்
யார் உணரும்படி
பித்தன் தான் உணரும்படி என்கிறான்

தேரைகள் உறங்கும்படி
பாறைகளின் இருப்பு
சமுத்திரம் என்றால் அதில் ஊழியின்
உறக்கம்
தேரையும் ஊழியும் உறங்கும்படி
இருக்கிறது இருப்பு

யார் முன் உணரும்படி
ஒரு கால் மாற்றியவன் உணரும்படி
அகம் உணரும்படி இன்மையின்
புறம் இருக்கிறது இருப்பு.

நீர்த் தாமரை மணல்

முதல் கப்பல் இன்னும் வந்து சேரவில்லை
கலங்கரை விளக்கருகே
மாலையின் பொன்வண்ணக் கிரணங்கள்
கரை மீனவர்களின் படகு
அதில் மிளிர்கிறது

கால்கள் மணல் புதைய
அலைவீசும் காற்றில்
மண் கண் விழுந்து எரியும்
வெகுநீளக்கரை
நண்டுகள் காய்ந்த குழிகளுக்குள்
ஓடி இறங்குகின்றன

நெய்தலைப் பாடிய புலவன்
நீர்த் தாமரை மணலில்
எவளோடு கூடியிருப்பான்
கள் பானைகள் உருட்டி
எச்சாமம் மரக்கலம் தள்ளியிருப்பான்

இந்நிலத்துப் பாணன் வழியிலோர்
கவிஞன் என்னை
ஆழ்கடல் வெருட்டுகிறது
முன்னிரவில் வருவேன் என்றவள்
நகரத்தின் எச்சாலை நெருக்கடியில்
காத்திருக்கிறாளோ

தொலைவில் எரியும் கட்டிடம்போல் ஒரு கப்பல்
மீனவர்கள் மறைந்துவிட்ட இருள்
வீடு திரும்பச்சொல்லி இரைச்சலிட்டு
உறுமுகிறது கடல்

ஒரு நண்டு வளைக்குள் குதித்து
தாமதமாக வீடு வந்துசேர்ந்தேன் நான்

அறையெங்கும் கடல் வாசனை.

வெண்ணிற இறகுகள்

காலத்தின் குறுக்காக எப்போதும்
கடந்து போகும் உன்னில்
அளவிட்டுக்கொள்கிறது என் வயது

வாத்துகள் மென்னடையிட்டு
பறத்தலின் விதிகளுக்கு மாறாக
ஓரிரண்டு இறகுகளை உதிர்த்துக்கொள்கின்றன
ஓடிப் பிடித்துவிடும்படி இருக்கிறது அதன் செய்கை
நீர்ப்பாம்புகளின் பொய்கையில்
நீண்ட காலமாக அவை வாழ்கின்றன

நான் உனக்கு ஒரு நாளில்
பத்தில் ஒரு பங்கு ஒதுக்குகிறேன்
அது இரவும் மாலையும்
பறவைகளோடு சம்பாஷிக்கும் பொழுது
மீண்டும் என் வயது
வாத்துகளின் செட்டை எல்லோரும் சிரிக்க
பிடிக்க முடியாத என் படகுச் சவாரி
இரண்டில் ஒரு பங்கென எப்போதுமான உன்
நிர்ப்பந்தம்

இவற்றுக்கிடையே
என் காது குடையக்
கிடைத்துத்தான்விடுகிறது உதிர்ந்த
சில வெண்ணிற இறகுகள்.

வாய்க்கிறது ஒரு பிறவி

முட்டி மோதிச் செல்லும் எறும்புகள்
வரிசை தவறி எங்கோ அலையும் ஒன்று
பார்வைகள் மாற்றிக்கொள்ளத் தக்கவை அல்ல

உள்வாய் வழியே பிராணனும் நீரும்
இடம் மாறினால் புரையேறுகிறது
ஞாபகங்கள்தான் காரணமென்கிறாள் மூதாட்டி

கவனமின்மையின் எத்தனையாவது தலைமுறை
என்னைத் தலையில் தட்டி ஆசுவாசப்படுத்துகிறது
எறும்புகளின் வழியே பாதை தேடி
அடைக்கலமாகும் எத்தனையாவது பிறவி நான்

பல்லிகளும் பூனைகளும் காகங்களும்
குறி சொல்லி வழிநடத்தும்
காடுகள் மறந்த மனிதன்
சமிக்ஞை விளக்குகளுக்கருகில் காத்திருக்கிறான்

மாற்றுப் பாதையிலும் நெருக்கடி
அனைத்திற்கும் தாமதம்தான் காரணம்
என்கிறது அறிவு
இல்லை அனுபவத்திற்குத்தான்
வாய்க்கிறது ஒரு பிறவி.

வெறுமையில் குளிரும் வெற்றி

அடிக்க அடிக்க
மட்டையின் முன்பு எழும்புகிறது

பந்து அதன் தன்னிச்சையான இருப்பை
பல்கோண இலக்குகளை
கட்டுக்குள் கொண்டு வருவதுதான்
எனது திறன்
என்று அறியப்படுகிறது
வலையின் உயரத்திற்கு மேல்கீழாக
நிலத்தின் தொடு புள்ளிகள்

எதிராளியின் காலசைவுகள்
அடிபடும் வேகம்
பந்தின் திசைமாறிச் சுழலும் விசை
நேரெதிரான ஆட்டத்தில்
புன்னகைக்கக்கூட நேரமில்லை

மட்டையின் சல்லடைக் கண்கள்
நுட்பமாய் வலிந்து இறுகுகின்றன
உடலின் தசைவேகம் மூர்க்கமாகிறது

வலைக்கு முன்னும் பின்னுமாக
நானும் மற்றவரும் ஓடி
பந்தின் வேகத்தை வெளியில் நெய்கிறோம்
அது காற்றின் குறுக்கே ஒரு தாறுமாறான
சித்திரத்தை முடித்திருக்கிறது

பார்வையாளர்கள் நல்ல ஆட்டம் என்கிறார்கள்

இரவு ஒளியில் மைதானம்
அந்தச் சித்திரத்தை அழித்து
வெறுமையில் ஒளிர்ந்திருக்க உடல் தளர்ந்து
வெற்றி குளிர்கிறது.

யாருமற்ற அறை

அறையின் மையப்பகுதியில் இருந்து
இருக்கையின் இடதுபக்கம்
மேலண்ணத்திலிருந்து மூன்று அடி கீழாக
வடக்கு தெற்கு மூலைகளைப் பார்த்தவண்ணம்
இருக்கிறேன்

கதவைத் திறந்து உள் நுழைந்த ஒருவர்
சுற்றுமுற்றும் பார்த்து
யாருமற்ற அறைபோல
திடுக்கிடுகிறார்

அவரைக் கைதட்டி அழைக்க
நான் விரும்பவில்லை

முடிவில் யாருமற்ற அறை
என்றே வெளியேறிவிட்டார்

மிகச் சரியாக அவர் பார்த்தது
இருக்கையின் வலதுபுறம்
அறைச் சுவரின் ஓரத்திலிருந்து
மேலண்ணத்தை ஏறிட்டுக்கூடப் பார்க்கவில்லை
அவர்

வடக்கு கிழக்கு மூலைகளை நிச்சயம்
நோட்டம்விட்டார்
என்ன ஆச்சர்யம்
அவருக்கு இடப்புறம்தான் இருந்தேன்
போனால் போகட்டும்
அதற்கு நான் என்ன செய்வது
ஒருவேளை அவர் கதவைத் திறந்து
பார்க்காமல் இருந்திருக்கலாம்

அல்லது
எனக்கு அப்படித் தோன்றியிருக்கலாம்.

உனது பாடல் கேட்கும் காலம்

விசுவாசமற்ற ஒரு நபரின் முன்பு
உன் கதறல்
அல்லது நாடகம்
துவங்குகிறது
நான் இரவெல்லாம் செருமுகிறேன்

ஆழ்ந்த கனவுகளில்
உன் உடலின் புனைவு குறித்து
ஒரு தலையணையை
போதத்தின் காரணமாக
படுக்கை விரிப்புகளின் முனையைப்
பற்றுகிறேன்
கீழே விழுகிறேன்

ஒரு மில்லிமீட்டருக்கும் குறைவான
மரண பயம் கொண்ட
ஆழ்ந்த பள்ளத்தாக்கில்
படுக்கையிலிருந்து கீழே விழுபவர்கள்
முதலில் மரங்களில் இருந்து உறக்கத்தில்
தவறி விழுந்தவர்கள்தான்

நான் வேட்டையாடும் மாமிசங்களின் வரிசையில்
தற்செயலாய் உன்னைச் சேர்த்தேன்
உன் மேனியின் உப்பு நெடி
என்மேல் அதனை நிகழ்த்தியது
சொல்லக் கூடாது உன் முன் தத்துவம்
அது காட்டு எலிகளின் வசிப்பிடம்போல்
அத்தனை குப்பைகளையும் சேகரித்து
வைத்திருக்கிறது

நீ அடித்துப் புரட்டு
தலைகீழாக்கு
என் வரலாற்றின் பிரயோசனமற்ற செய்தியை
அதன் துளிர்களை
ஒட்டகங்கள்போல் அசைபோடு
மேலும்
உன் முகம் பிரகாசமாயிருக்கிறது
ஆயினும்
நிலவின் கீழ் அமைதியாக உறங்கும்
என் பால்யத்தினுள்
உன் பாடல் கேட்கும் காலம்
எத்தனை விசுவாசமற்றது.

முதல் பாவம்

மாலை இரவு என்று
உன் குரலால் நிறையும் நாட்களை
மின் விளக்குகள் சலனமற்று நிறைக்கும் தெருக்களில்
தூக்கிச் சுமக்கிறேன்

வெளிவாங்கும் காலத்தில்
ஒன்றிரண்டு எருமைகள்
இன்னும் சாலைகளை அசைபோட்டுக் கடக்கின்றன

பிறவியின் அர்த்தம் முழுவதும்
உனக்கான சாகித்தியம்
என்று எனது ஏழேழு முறைகளும் நிரூபிக்கின்றன
நீ காற்றிலாடி
கனவுகள் நிறைத்து
மேகம் புயல் என ஒரு கடல் இரையும்
அலைகளைப்போல் மீண்டும் மீண்டும்
விரயமாகிறாய்
நான் சேகரித்த ஒரு சொல் உன் சங்குச்சிப்பி
மீன் சதை
பழைய ஆன்மீகம்
எவற்றில் இருந்து என்னைத் தொடர்புகொண்டாய்

வாகனங்களை நிறுத்திவிட்டுப் போகிறது உலகம்
எல்லா அவசரத்திற்கு இடையேயும்
உன் காதல் வரிகளை நம்பித்தான்
கீழே விழுகிறது என் கையொப்பம்

இந்த நவீன யுகத்தில்
ஆதாமுக்கும் ஏவாளுக்கும்
கனிகளைச் சாறுபிழிந்து தரும் கடையில்
கடவுள் பணியாற்றிக்கொண்டிருப்பதை

உனக்குக் காட்டுவேன்

அன்பே
நம்மில் முதல் பாவம்
அவர்தான்.

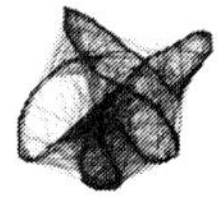

கடல் விளையாட்டு

பார்வையற்றவனின் கடல்போல்
இருக்கின்ற உனது காதலின் வார்த்தைகள்
நான் பவளத்திட்டுகளை முன்மொழிந்தால்
நீ கரை ஒதுங்கும் இறந்த மீனைத் தொடுமாறு
தருகிறாய்

துணிந்து இறங்க பேரலை உள்வாங்கும்
பயத்தில் மூச்சுத்திணறும் நான்
உடல் மூடிய உன் ஆமையோட்டின் மீது
ஆசுவாசமடைகிறேன்
வண்ணச் சிறுமீன்களை ஏன் முதலில்
பார்வையிடச் சொல்கிறாய்
எனக்கோ
அந்தச் சிப்பிகள் உடனே
திறந்துகொள்ள வேண்டும்
இந்தச் சிறு படகுகள் போகட்டும்
அதுவரை
கால் சுற்றும் வலைகளைக்
கழற்ற வேண்டும்
பிறகு உன் கடல் தாலாட்டும் இசைக்குக்
கண்மலரும் எனது ஜெல்லி நுரைகள்

இப்போது
மணல்மீதே வார்த்தைகள் எழுதுகிறாய்
அவை உப்பளத்தில் படிமங்களாகின்றன

மீண்டும் என்ன செய்வதாய் உத்தேசம் பிறவியோ
பெருங்கடல் தேவி
உப்பு மட்டும்
மலையெனக் குவிகிறது.

மந்தைகள் ஒடுங்கும் மழை நிலம்

விவசாய காலங்களில் இருந்து
நான் பெற்று வந்த மழை
நகரத்தில் தார்ச் சாலையில்
உருண்டு சாக்கடையில் ஓடுகிறது
மக்கள் நனைந்து ஒதுங்குகிறார்கள்
பேய்மழை என்கிறார் தாய்

முற்றத்தில் சிறுசெடிகள் உடல் சிலிர்க்கின்றன
இந்நேரம் மாடுகள்
உண்ணிகளுக்கு வால் வீசிக்கொண்டிருக்கும்
மண் வாசனை எழும்ப
ஆட்டிடை மந்தைகள் எம் மரத்தின் கீழ்
ஒடுங்கியுள்ளனவோ

ஓடை மெல்ல செம்புலப்பெயல் நீராய் ஊரும்
சிறு கோவில் சிலையின்
கண்கள் ஈரம் படரும்
வேலைகள் நிறைய இருக்கின்றன

மகன் கப்பல் செய்து தரும்படி கேட்கிறான்
கொல்லையில் வைத்த பாகல் கொடிகளைப்
பார்த்தவண்ணமிருக்கும்
மனைவியை அழைக்கிறேன்
பருவகாலம் கடந்து செல்கிறது

மழையே
உன் நீர்மையை வணங்குகிறேன்.

பூத்துவிடும் காடு

யாரும் விரும்பாத நாள் ஒன்றின்
முன்னிரவில்
தெருக்கள் பயனற்றுப் போய்விட்டதாய்
எல்லாம் உருவழிந்து மங்கலாக
என் பார்வையின் வழியே
உனது காலடிகளின்
பூனைத் தடத்தை முகர்ந்து
பின் தொடர்கிறேன்

உனது கீச்சொலிகளின் சுருதிபேதம்
மற்றும் மெல்லிய மயக்கத்தின் வாசனை
மளமளவென்று இலைகளை உதிர்க்கும்
மரங்கள் மொட்டையாகும் முன்
உச்சிக் கிளையில்
உனது கண்கள் மினுங்குகின்றன

எனது இராப்பாடிப் பறவைகள்
மிருக தாபம் எழுப்பும்
அவலக் குரல்களை ஒலிக்கின்றன

மண் பறித்து அதனடியில்
உறங்குகிறது எனது வெப்பம்
கானகத்து ராஜாக்கள் நடனத்துடன்
காத்திருக்கிறார்கள்

சகியே
நான் உனது தசைக்கு
நிலவு கீழ் வானத்திற்கு
விதைகள் முளைவிடுவதற்கு
நீ இறங்கி வரும் நறுமணத்தில்
அடிக்கடி பூத்துத்தான் விடுகிறது
இந்தக் காடு.

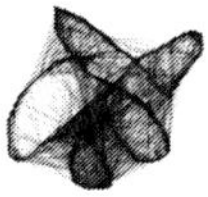

நெடுந்தூரம் போக வேண்டியவன்

நடு வழியில் அழைப்பதால்
என்ன சொல்லிக் கடந்து போவது
ஆரம்பம் முடிவும்
தெரியும் என்று சொல்கிறீர்கள்
எதற்காகக் கடக்கிறேன் என்ற
யூகமும் உங்களிடமே இருக்கிறது

எங்கிருந்து எதை
எப்படி ஏன்
அதை எக்காலத்தில் கடக்கிறேன்
என்பதற்கு உங்கள் பழைய கூண்டில்
அகப்படும் வகையில்
ஏதேனும் நான் சொல்லப்போய்
இவ்வளவுதானா எனக் கேட்கவும்
தயாராய் இருக்கிறீர்கள்

நடுநிசியில் நின்று விழித்து மௌனமாய்
ஒளி பயில்கிறது
நெடுந்தூரம் போக வேண்டிய
நிலா.

அலைபாயும் பூனை

செல்லப் பூனைகள்
அக்கம் பக்கமாய்
என் கண்ணில் திரிகின்றன
பாத்திரங்களின் அடுக்கொன்றில்
எப்போதும் உறங்கிக் கிடக்கிறது ஒன்று
புழக்கடையில்
மீன் வீசும் நாட்களில்
கால்களுக்கிடையே புகுந்து
புலிக் கோலத்தில்
சீறும் ஒன்று

நடந்து செல்லும் யுவதியின்
கைப்பையில் தலைதூக்கிப்
பார்க்கும் ஒன்றையும் கண்டேன்

நிலவில் எலி நடந்தால்கூட
காது விடைக்க
எச்சரிக்கை கொள்ளும் பூனையும்
அந்தி மயங்கினால் அலைபாயும்
பூனைகளையும் நான் வளர்த்திருக்கிறேன்

பால் பருகாமலே பூனைகள் இப்போது
கவனம் கோரி
அதிகம் சத்தமிடுகின்றன

ஆனால்
எந்தச் செல்லமும்
நான் கொடுப்பதாயில்லை என்பதை
அவைகளுக்குச் சொல்வதாகவும்
இல்லை.

வரையாத ஓவியங்கள்

நானும்தான் வருவேன்
என்கிறான்
நகரத்தில் ரயில் வண்டிகளைப் பார்க்க
விலங்குக் காட்சிக்குக் கூட்டிப் போக
விளையாடும் இடத்திற்கு

அலுக்காமல் வருவதில் உற்சாகமடைகிறான்
எனக்குத்தான் நித்தியமாக இருக்கிறது
அவனது வீட்டுப்பாடங்கள்
இன்னும் எழுதாத குறிப்பேடுகள்
வரையாத ஓவியங்கள்
உண்ணாது மறுக்கும் உணவுகள் நிச்சயமானவை

எனது உலகம் சுருங்கித்தான்விட்டது
அவனது உலகம் விரிந்ததும்
ஆவல் கூடியது எனவும் அறிந்துள்ளேன்

ஆனாலும்
எனது சாத்தியமற்ற கோடுகளுக்குள்
நெடிதுயர்ந்து வளரும்போது
நிச்சயமாகிவிட்ட உலகினை அவனறியவும்கூடும்
அவ்வேளை
அநித்தியத்திலிருப்பேன்.

கவிதைக்கு எது தேசம்

அகதிகள் நாடு காண்கிறார்கள்
அமைவிடங்களின் மரங்கள் பறவைகளின்
கால்களில் ஒட்டியிருக்கும் மண்ணை
சொந்த பூமிக்கும் அந்நியமான உணர்விற்கும்
தூரப்படுத்துகிறார்கள்

உணவுகளைத் தட்டிலும்
தூக்கத்தைப் படுக்கையிலும் கழிக்கும்
அவர்கள் குழந்தைகள் மாறிவிட்டார்களா
என அச்சமடைகிறார்கள்
தலைமயிர் கண்கள் தோலில் இருந்து
இனம் காணுதல் வழியே தலை முறைகளை
நிலங்களை இழந்து போனதற்காய்
அரவணைக்கும்போது
சொந்த மொழியில் கண்ணீர் சிந்துகிறார்கள்

அகதிகளை உலகம் தனக்குள் பிரித்துப்போடுகிறது
எங்கும் சொந்த மொழியில் மட்டும்
பேசும் ஒருவர் இனி இருக்க இயலாது
இரண்டு அதற்கு மேலும் மொழிகள் தெரிந்தவர்
எந்த நாட்டைச் சேர்ந்தவர்
இக்கவிதைக்கும் இனி எது தேசம்

எந்த மண் இதன் கால்களில்
இறக்குமதியாகின்றன அயல் பழங்கள்.

கிழித்த கோடு

காடுகள் தீய்ந்த இடத்தில்
அவை தளிர்க்கும் காலத்திற்கு
யார் காத்திருக்கிறார்கள் இப்போது

எச்சிலும் எச்சில் நிமித்தமும்
நாம் உரையாடிப் பிரிந்த சம்பவங்கள்
நாவல் மரங்களைப் பூக்க வைத்திருக்கிறது

நீ தென்னை மரங்களை நட்டு வளர்த்தால்
நான் ஒரு மல்லிகைச் செடிக்கு நீரூற்றுவேன்
உனது விலங்கு ஒரு செம்பழுப்புப் பூனையென்றால்
எனது மிருகம் பசுவின் இளம் பெண்கன்று

நமக்கிடையே இற்றுப்போன குச்சியால்
நீ கிழித்த கோடு ஓடையாகி
நதிபோல் அகன்றும் விட்டது

யார் இருக்கிறார்கள்
உண்மையின் பேரால் நம்மை உறுதிப்படுத்த

பனி இறங்கிய காலையை
கதிர்கள் உலர்த்தும் மந்தமான நாளில்
உன் ஓயாத அழைப்பினைத் தவிர்த்து
செல்பேசியை முற்றிலும் அணைக்கிறேன்.

மண் சிற்பங்கள்

கடவுளின் சித்திரங்களைத்
துணியில் தைக்கும் கோயில் வீதி
நானொரு பயணி

பெண்களின் கடவுளர்
அவர்களின் உண்மையான காதலர்கள்
என்று கல்லூரிப் பேராசிரியர் சொன்னது
நினைவில் இருக்கிறது

நான் இரண்டு மண் சாமி சிற்பங்களைப்
பேரம் பேசி வாங்கினேன்
நிர்க்கதியற்ற பெண்கள்
குடிசைத் தொழிலில் உருவாக்கியது
என்று சொன்னார்கள்

அவைகளை உடையாமல்
வீடுவந்து சேர்ப்பது கடினமாயிருந்தது
மண்ணில் துணியில் உலோகத்தில்
தூணில் துரும்பில் கடவுள் என்னவோ
இருந்துகொள்கிறார்

காதலில் விழுந்த பெண்கள் மட்டும்
உருவங்கள் செய்து பின்
உடைந்துவிடுகிறார்கள்.

உள்ளங்கையில் விதை

வரவிருக்கும் கப்பல்
முடிந்துபோன மழை
தீர்ந்துபோன காதல்

இன்னுமிருக்கும் பயணங்கள்
அனைத்திலும்
மனிதனுக்கு இது எத்தனையாவது பெயர்

வரச்சொன்னவர் வரவில்லை
போகத் துணிந்த இடத்திற்கு நேரமில்லை
முதியவர்களைக் கேட்கச் சொன்னால்
ஞாபக மறதியை முதுகுத்தண்டில்
வைத்துக்கொண்டு
என்ன செய்ய

நானோ
நடைபாதையிலிருந்து எப்படியும்
வீடடைந்து விடுகிறேன்
சிறிய நாய்க்குட்டிகள் தவறி விழும் சாலையில்
பெருங்காற்று இரைந்து ஓய்கிறது
வாசலடியில் உதிர்ந்து கிடக்கின்றன மலர்கள்
உள்ளங்கையில் விதை ஒன்று
அதீதச் சிவப்புடன் ஜொலிக்கிறது

வந்துவிட்டாயா
என ஒரு குரல்
எங்கிருந்து எனத் தெரியவில்லை.

நீ வரும்வரை

மீண்டும் உறங்குகிறேன்
காலத்தின் நான்காம் இரவில்
சொல்லில் விடிகிறது பகல்

நிலவெங்கும் விலங்கின் சீற்றம் இரைகிறது
நினைவில் இரவை எழுதி
என்னை என்னிடமே விட்டுச் சென்றாய்
வரும் காலத்திற்கு அர்த்தமற்றும்
நிகழ்ந்ததற்கு வார்த்தையற்றும்
மௌனித்துக் கிடக்கிறது என் துயில்

முதல் இரவை யாசிக்கும்போது
மூன்றாம் இரவில் கனவிற்குள் திரிகிறாய்
இரண்டாவது என்ற பேச்சிற்கே இடமில்லை
உறங்கும்போது எதுவும் சாத்தியமும் இல்லை

இப்பகலில் நீ வரும்வரை விழித்திருக்கிறேன்
இருக்கிறது
நீ நினைவில் எழுதிய ஒரு வரியாய்
இருள்.

தன்மை ஒருமை

நாம் என்று சொல்வது
உங்களோடு என்னையும் சேர்த்துத்தானா
நான் என்பது மட்டும் நீங்கள் இல்லையா
நீ என்பதில் அவன் இருக்கிறானா
அவன் எனும்போது யாரைச் சொல்கிறேன்
விசாரணை என்மீதுதான் எனப் புரிகிறது

நீங்கள் நான்களாக பன்மைப்பட்டுள்ளீர்கள்
என்பதை ஏற்க வேண்டும்
பிரச்சனைக்கு பொறுப்பேற்பது
நீங்களா நானா
அவனா நீயா
நாங்களா அவர்களா

நாம் என்பது பன்மை இல்லை
தன்மை ஒருமையின் குற்றவாளி
நான்கள் இறுதியில் நான் என்றே திரிந்து
விடுகிறார்கள்

நீங்கள் சொல்லும்போது
தீர்ப்பிற்கு அடியில் நான்தான்
வேறு வழியில்லாமல்
அந்த நான்தான்.

தரை படிந்த ஓவியம்

செத்த எலிபோல்
நாறுகிறது தர்மம்
அதர்மத்தின் கழுகுக் கண்கள்
எறும்புகளின் சுறுசுறுப்பு
நீர் உறிஞ்சும் வெயிலின் தாகம்
வாகனச் சக்கரங்களின் அவசரம்
அனைத்திலும் தட்டையாகி
தரை படிந்த ஓவியமாய்
காற்றில் எழும்பிப் பறந்து
மரத்தில் ஒட்டிய கார்ட்டூன் எலி
குழிந்த கண்களால்
சாலையைக் கண்காணிக்கிறது.

என் பிரிய அலுவலகம்

விரிவான பொருள்விளக்கம் வேண்டி
உன்னிடம் அனுப்பிய கோப்புகளை
அடிக்கோடிட்டு திருப்பி அனுப்பி இருக்கிறாய்
அவசரம் என்றால் புரிகிறது
பரிசீலிக்கவும் என்றால்
ஏன் குற்றப்பத்திரிக்கை தாக்கல் செய்யக் கூடாது
இடை நீக்கம் செய்வதற்கு
முகாந்திரங்கள் உள்ளனவா
காரணங்கள் அதிகம் தேவையில்லை

மாலையை இரவு எனவும்
சந்திப்பு மட்டும்தான் சமாதானம் என்றும்
எழுதிக்கொள்கிறேன்
பணியில் கவனம் முக்கியம்
ஆகவே பொறுப்பேற்றுக்கொண்டதற்கு நன்றி
இத்துடன் மலர்க்கொத்துகளை
அனுப்பியிருக்கிறேன்
ஆவன செய்யவும்
நன்றி.

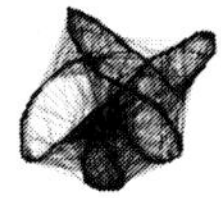

வளிவழி வந்தவன்

காற்றை வணங்குகிறது கடல்
அதன் பல்லாயிரம் கைகள் வானளவு குவிகின்றன
மலைகளை நிமிர்த்திய காற்று
அதன் மரங்கள் சாய்த்து உண்ணுகிறது

பாறைகளை ஊதுகிறது காற்று
எனதுடலையும் பெருவெளியில்
உள்ளும் புறமுமாய் அலைக்கழிக்கிறது
காற்றைக் காணுவதற்கான ஆடிதான்
காற்றாடி
காற்றாடும்போதுதான் பிராணன்
தன்னை மொழிந்துகொள்கிறது

நினைவு தெரிந்த நாளில் இருந்து
நினைவு மறக்கும் நாள்வரை
காலம் எனும் ஓசை காற்றில் கரைகிறது
காற்றில் தடம் காணும் பறவைகள்
அனுசரணம் பெற்றுவிடுகின்றன
காற்றிடமே யாவும் சரணம் அடைகின்றன
ஆகவே நானும்
வளிவழி வந்தவன்தான்.

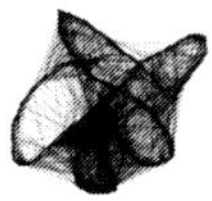

பால் ஒரு உணவு

குழந்தைகளிடம் இருந்து வருகிறது ஒரு காலம்
எந்தக் குரலுமற்று
காற்றின் திசையெங்கும்
திரும்புகின்றன அதன் கண்கள்

நம்பகமானவற்றைக் காட்டி
உலகை உருவாக்க வேண்டும்
எலிகளையும் கோழிகளையும்
விலங்கெனவும்
பால் ஒரு உணவு என்றும்
சாலையில் ஓடும் வாகனங்களைச்
சிறிதாக்கியும் தர வேண்டும்

நமது உயரம் அதன் பயம்
கொடுங்கனவுகள் இல்லமும் இருட்டும்
நமது உடலின் மீது ஏறிச் சென்று
தாவி அதைப் பற்றுகிறது
அதன் மூர்க்கம்

இறுதியில் கண்களுக்கு நேர்
சந்திப்பதில் யார் முகத்தைத்
திருப்பிக்கொள்கிறோம்
குழந்தைகளின் காலம்
எலிப்பொந்தில் இருக்கிறது.

உரையாசிரியர்

கல் கரைந்து மண்ணாகும் எனில்
மண் இறுகிக் கல்லாகும் எனவும்
கல் பூத்து மலராகும் அதுவே
மண் தின்று உரமாகும்
என்கிறார் உரையாசிரியர்

நாளை மறந்து இன்றாகி
காலை மாலையென
நண்பகல் இழந்து
இரவும் மறுநாள்
நாளையும் ஒரு நாள்
என்கிறார் உரையாசிரியர்

மனிதன் உயர்ந்து கடவுளாகி
கடவுள் மனிதனாக
நல்லதே இறைமையாக
தீயவை களைந்த போதமாகி
கடவுள் கரைந்த
சித்தமே மனிதமாகும்
என்பதும் உரையாசிரியரே.

யாரோடும் உறவற்ற ஒருவன்

காற்றில் சருகுகள் ஓடுகின்றன
இடையில் சாலை பிரிகின்றது
பகலில் ஒரு பாதி நிழலாகவும் வெயிலாகவும்
வெளிப்பிரிந்து ஒளிர்கிறது

ஒரு பெண் வெளியே செல்லும்போது காக்கைகள்
கரைகின்றன
யாரோடும் உறவற்ற ஒருவன்
பாதங்கள் கடப்பதை
எண்ணுகிறான்

திட்டமிட்டவைகளின் தாமதத்தோடு
இரு தொடு புள்ளிகளுக்கிடையில்
பயணிக்கிறேன்
அந்தப் பெண் வீடடையாவிட்டால்
எத்தனைப் பதற்றம்

சொற்களை நகர்த்தும்போது
தாமதமாகப் புரிவதுதான்
கவிதைக்கு அழகு.

இரண்டு பெரிய உண்மைகள்

பரிதாபத்திலிருந்து
நூறு முறை மன்னிக்கப்படுகிறது
எனது பிறவி

அந்தியை அனுப்பி வேடிக்கை செய்வது
ஜீவ விளையாட்டைப் பார்ப்பது என
எனக்கொரு சவுக்கு கொடுக்கப்பட்டிருக்கிறது
அதன் முனையில் விலங்குத்தோல்
தோல்கிழித்துச் சொடுக்கும் உதிரம்
ஆயிரம் பிறை கண்டவன் அவதானிக்கிறான்
சவுக்கு தனது நாண்களில் நடுங்குகிறது
கண்களில் மாயம்
அடையாளமற்ற குழப்பம்
அது இரு பெரிய உண்மைகளைத் தவறவிடுகிறது

வடுக்களை நீவும்போது
ஒரு சமாதியைத்தான் நாம்
தடவி அறிகிறோம்.

மூட்டைச் சாமி

ஆணும் பெண்ணுமாக
தெருவெங்கும் அடைத்துக்கொண்டாகிவிட்டது
தெளிவில்லாமல் ஓடுகிறது சண்முகநதி
போகரின் மூலிகைகள்
காலில் அகப்படும் என
ரோமம் மழித்து
நடையேறி வரும் கிராமங்கள்
மலையாளம் பார்த்து நிற்கிறான் பழனி

ஆண்டுக்கொரு முறை கூடும்போது
தென்திசை தாழ்கிறதா தெரியவில்லை
ஆண்டிக்கு அலங்கரித்து
ராஜயோகம் காண்கிறார்கள்
சாக்கடை குடித்து
மூட்டைச் சாமி அனுதினமும்
பாவம் கடக்கிறார்
எனக்குச் சொந்த ஊர் திருவாவினன்குடி
உட்கார்ந்த இடத்தில்
எட்டூர் காண்கிறேன்
எங்கும் எல்லாம்
மக்கள் மயம்.

பழைய தாழ்வாரம்

உன் பழைய தாழ்வாரத்திற்குப்
பித்தத்திலிருந்து ஒரு சொல்
எங்கேனும் உனது குளத்தில்
தூண்டிலிட்டு அமர்ந்திருப்பேன்

மேகங்களில் இருந்து ஒளிபட்டுத் துளிரும்
என் ஆசை உயிர் மினுங்கலை
மீன் கொத்தி லாவிக் கொண்டு போகும்

பிறகு ஒரு யுகம்
அதிசயிக்கும்படி இருக்கும் உன் வதனம்
இருந்தாலும்
கண் திறக்காத மறிக்குட்டிகள்
வெயில் உலர்கின்றன

நீல இரவில்
யாதொன்றும் செய்யத் தோன்றாமல்
நீயிருக்கும் தாழ்வாரத்தில்
அன்பே
இன்று மழை பெய்ய வேண்டும்.

லட்சுமி காந்தன் நல்ல நண்பன்

லட்சுமி காந்தனை எத்தனை பேருக்குத் தெரியும்
இப்போது வெளிநாட்டில் வசிக்கிறான்
பதினோரு முறை
இரத்த தானம் செய்திருக்கிறான்
செய்தித்தாள்களில் அவன் பெயர் அடிபட்டது
யாருக்கும் பொதுவாக மறந்துபோயிருக்கும்

காதலி ஒருத்தி இன்னும்
அவனுடைய தொலைபேசி எண்ணைக்
கேட்டு கண்ணீர் விடுகிறாள்

நல்ல நண்பன்தான்
அவன் அப்படிச் செய்திருக்கக் கூடாது
லட்சுமி காந்தன் அனைத்தையும்
இழந்தல்லவா போய்விட்டான்
என ஆச்சரியப்படுவார்கள் பாவம்
உள்நாட்டில் இருப்பவர்கள்
அவர்களிடம் பலரும் வெளிநாடு போய்விட்டார்கள்
எனச் சொல்ல வேண்டும்

எதற்கும் செய்தித்தாள்களைச் சேகரித்து
வைத்திருப்பவர்களிடம் உண்மையை
விசாரிப்பதுதான் நல்லது.

முன்பு பிறந்தவன்

அறையின் தனிமை
திறக்கத் திறக்க நிறைகிறது ஒளி
தண்ணீர் சொட்டும் ஒலி
அழகு மூங்கில் வளர்ந்திருக்கிறது
பல வருடங்களுக்கு முன்பு
மஞ்சள் காவிச்சுவர் வீடு
அருகே இரயில் ஓடும் நிலம்
அதிலிருந்து யாரோ ஒருவன்
இந்த நாளில் வீட்டில் ஒளிந்திருக்கிறான்
குழந்தைகளுக்குப பாடம் பயிற்றுகிறான்
புல்தரைகளைச் சுத்தம் செய்கிறான்
அவன் இருக்கும் பத்திரத்தில்
வெளியேறுகிறேன்
ஆதிக் காலத்திற்கு முன்பு பிறந்தவன்
சில வாக்குறுதிகளின் காரணமாய்
எனதருகே ஏனோ வீட்டைக் காப்பாற்றுகிறான்.

கனக்கும் பை

விலை தெரியாத வயோதிகன்
உற்றுப் பார்க்கிறான்
கட்டணச் சீட்டு, எண்ணெய்ப் பலகாரம்
அரிசி, பருப்பு விலை சீட்டை
பத்திரப்படுத்துகிறான்
காரணம் புரியாமல்
கனக்கும் பைகளுடன் சாலையில் நடக்கிறான்
ஆர்வமாய் நாய் ஒன்று
பின்தொடர்கிறது.

சூரியன் மறையாத தேசத்தைச் சேர்ந்தவன்

சூரியன் உதிக்காத தேசத்தைத்
தேடிப்போனான்
தோலுரியும் சூடு தாங்காமல்
அலறத் துவங்கியவன்
தடித்த சருமம் உள்ள
பெரும் பல்லியொன்றைக் கண்டான்

சூரியன் இல்லாமல் சூடு கண்டவன்
ஒளி எங்கிருந்து வருகிறது
என வினவினான்
மணலில் இருந்து எனச் சொல்லி
எறும்புகள் ஓடிக்கொண்டிருந்தன

நாய்கள் திரிகின்றனவா எனத் தேடினான்
நீருக்குத் தோண்ட
மண்புழுக்கள் புரண்டன
சூரியன் இல்லாமல் எப்படி
இருக்கிறீர்கள் என்று பெரும் சப்தமிட்டான்
அதன் அதிர்வில்
துருவத்தில் பனிச்சரிவு ஏற்பட்டது
ஆற்றில் வெள்ளம் அதிகரித்தது

தன் தேசம் திரும்பியவனின் உடலில்
சூரியன் வெறும் ஒளியாய்
மிஞ்சியிருந்தது.

பழைய உண்மைகள்

பால்பேதமற்ற நிலை
நீருக்கு வெளியே எல்லாம் நிகழ்ந்துவிட்டன
பல்லாயிரம் சூத்திரங்கள்
விடைகள் தவறுகள் பிராயச்சித்தங்கள்
நீதியின் வாசலில் காத்துக் கிடக்கிறோம்
போக வரச் செலவினங்கள் அதிகம்
சொன்ன சொல்லை யார் காப்பாற்றுகிறார்கள்
இழுத்து வந்து முகத்தின் முன்
நிறுத்துகிறது பழைய உண்மைகள்
ஆனாலும் ஆடைகள் தயாராகின்றன
நிலங்களில் விளைச்சல் கதிராகிறது
தர்மமும் பாவமும் தொடர்கிறது
வாலில் கட்டிவிடப்பட்ட போலித்தனங்களுடன்
பகிரங்கமாகத்தான் இருக்கிறது பிரயத்தனங்கள்
யாரோடும் தீர்த்தபாடில்லை உலகம்
ஒளியை ஏந்திப் போகிறது காலத்தின் சோபை
ஒளி ஆண்டுகளின் வழியே
சூன்யத்திற்குள் ஓடிச் சேர்வது
பால் பேதமற்ற நிலை
தொடக்கத்திலும் முடிவிலும் அனைத்தும்
வெடித்துச் சிதறியதை ஒத்துக்கொள்ள வேண்டும்
அகாலத்தில்
நீர் மினுங்குகிறது
ஒளி அதனுள் உயிர்க்கிறது.

கோபுரப் பறவைகள்

அந்நிய நாட்டுப் பறவைகளைக்
கூர்ந்து நான் கவனித்ததில்லை
குளங்களில் பூத்திருக்கும்
நீர்த்தாமரை அல்லிகள்
குப்பைகள் கூளங்களுக்கிடையே
நெடுங்கால் பறவைகள்
திரிவதைக் கடந்திருக்கிறேன்

கொக்குக்கறி நன்றாக இருக்கும்
என்ற என் தூரத்து உறவினர்
நீண்ட குழல் துப்பாக்கி வைத்திருந்தார்
கானகங்களில் எங்கோ
நீர்ப் பறவைகள்
கடலின் சதுப்பு மூலையில்
எப்போதும் கழுகுகள்

விமானத்தை விட்டிறங்கி
எனது நெடுங்கால் நடக்கையில்
பறவைப் பார்வையால் சிலர்
உற்று நோக்கினார்கள்
ஒருவர் குறி பார்த்தார்
நான் இறக்கைகளை அசைத்துக்கொண்டேன்

பட்சிகள் இடம் மாறும் காலத்தில்
வழி மறக்காத
இந்தக் கோபுரப் புறாக்கள் மட்டும்
ஏன் எழுந்தெழுந்து ஒரே இடத்தில்
அமர்கின்றன
இருட்டில் தலை சுழலக் கூர்ந்திருக்கும்
கூகைகளிடம்தான் அதைக் கேட்க வேண்டும்.

உடை நிலம்

எளிதில் உடையக்கூடிய ஒன்றைத்தான்
தேர்ந்தெடுக்கிறோம்
ஒரு முறை தவறினாலே
நொறுங்கிவிடக்கூடிய மண்பானைகள்
கண்ணாடிப் பாத்திரங்கள்
வழக்கொழிந்து வருகின்றன இப்போது
முழுத்தண்ணீருடன் இருந்த நெகிழிக் குடத்தைக்
கை வழுக்கிக் கீழே விட்டபோது
இரண்டாகக் கிழிந்து உடைந்தது
பொம்மைகளை உடைக்காத
குழந்தைகள் இருக்கிறார்களா
மரண தண்டனை விதித்த நீதிபதி
பேனா முனையைக் குத்தி உடைக்கிறார்
எளிதில் மனமுடைந்து தற்கொலை
செய்துகொள்பவர்கள் அதிகம்பேர்

இரண்டு முறை தொடர்புகொண்டும்
ஏன் பேசவில்லை
என்று உடைந்து அழுகிறாய் சகியே
நான் என்ன செய்ய
உறுதியாய் எதையும்
தேர்ந்துகொள்ள முடியவில்லை.

காய் நகர்த்துதல்

மரங்களை நகர்த்தி விளையாடும்
ஆட்டம் ஒன்று
நீங்களும் விளையாடலாம்

சிறிய மாமரத்தை நகர்த்தி ஒரு புள்ளியில்
நிறுத்தும்போது குறைந்தது
இரண்டு வேப்ப மரங்கள்
இடம் மாற வேண்டும்

ஒரு பலா மரத்தை வீட்டருகே
கொண்டு வந்து கொல்லையில் வைத்தால்
தென்னை மரம் ஒன்று காட்டிற்குள்
போய் நிற்க வேண்டும்
அதற்கு இரண்டு மதிப்பெண்கள்

சவுக்கைகளை ஆட்டத்தில் சேர்க்கவியலாது
அவைகள் சாலையில் இருந்துகொள்ளட்டும்
அரசு மரங்களை நகர்த்தும்போது
நெல்வயல்களைக் கிழித்துப் பாதையிடக் கூடாது
அதற்கு இரண்டு மதிப்பெண்கள் இழப்பு

ஒருவேளை களைத்துவிட்டால்
ஆலமர நிழலில் ஓய்வெடுக்கலாம்
விளையாட்டில் வெட்டப்பட்டுவிட்ட
புளியமரங்களுக்குப் பதிலாக
இப்போது என்ன மரம் கொண்டு வரலாம்

நீண்ட தார்ச் சாலையில் இறங்கிவிட்டீர்கள்
நீங்கள் தோல்வியுற்றீர்கள்
ஆட்டம் முடிந்தது.

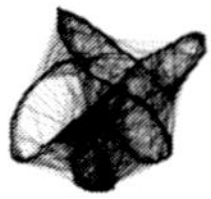

யார் அது

நினைவுகூரத்தக்க காலங்களில்
நடந்தவை யாவும்
தூக்கத்தின் இடையே தவறித்தான்விடுகிறது
மதில் சுவற்றின் மேல்
நின்றுகொண்டிருந்த மயிலை
வாகனத்தில் கடக்கும்போது
நண்பர் தவறவிட்டார்

சிறு வயதில் காணாமல்போய்விட்ட
தெருப் பெண்ணை
நிச்சயமாக அவளாகத்தான் இருக்கும்
அல்லது சந்தேகத்தில்
இருக்காது என முடிவு செய்தேன்
இரவில் திடுக்கிட்டு எழும்போது
அந்தக் காட்சி
நாய் ஒன்று ஓலத்துடன்
முகத்திற்கு எதிரே பாய்வது
பார்க்க விரும்பாத ஒருவன்
சிரித்தபடியே என்னைப் பின்பற்றுவது
எதை நினைவுகூர்வது
எனக்கும் உங்களுக்கும் பொதுவானவற்றையா
நினைவைத் தவறவிடுவது
நான் என்கிற நானா
அல்லது யார் அது கனவில்.

பிரிவின் நிறம்

தெருவோரத்தில் நின்று
கையசைத்து வழியனுப்பியது
உனது யாத்திரைக்கான அனுமதி என்று
உணராமலே போனேன்

உன் வார்த்தைகளுக்கான பொருளைக்
காலம் கற்றுக் கொடுக்கையில்
நீ வெகுதூரம் சென்றிருந்தாய்

பருக முலைதேடும் மகவென
உள்ளங்கைகளின் வெதுவெதுப்பைத்
தேடிக்கொண்டே இருக்கிறேன்
ரோஜா இதழ்களின்
வண்ணத்திலிருக்குமவை

மாறாத துயரங்களின் நிறத்தை
என்னுள் விதைத்துள்ளன அவை
இப்பொழுதும் சிவப்பாய்
கண்ணீரில் துளிர்க்கின்றன.

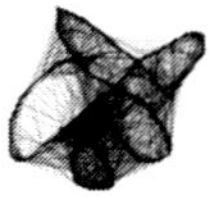

பெயரற்றவன்

ஒளியின் ஊடாகப் பயணித்தால்
முன்னோரின் நிறம் உணர்வாய்

காற்றின் திசையறிந்து சென்றால்
விளைந்த சாகசங்களை
உடனிருந்து அனுபவிப்பாய்

தீயினை உணர்ந்தால்
உலகின் ஒட்டுமொத்த தாகமும்
அதனுள்தான் அடங்கியிருக்கிறது

தண்ணீரில் முகம் தேட
உன் பரிணாம வளர்ச்சிக்கு
அறிமுகமாகிறாய்

பிரபஞ்சம் எழுதிய பெருங்கவிதை நீ
அதை வாசிப்பதும் அதில் வசிப்பதும் நீ

ஆகவே இன்றிலிருந்து உனக்குப் பெயரில்லை.

எம் வீட்டின் தலைவர்

ஆடைகள் உலராத மழைக் காலத்தின் வீடு
பனியில் வற்றி உலரும் சருமம்
நோய் நொடி ஏதுமற்ற
எம் வீட்டின் தலைவர்
புனிதப் பயணம் மேற்கொண்டவர்
யுத்த பூமியொன்றில்
பனியின் கரம் பிடித்துத் துறந்தார்

நீதிகளின் அனுபவத்தை
வாழ்வின் சுயாதீனத்தைப்
பிறவியின் மீது போர்த்திச் சென்றார்
மழைக் காலத்தின் வீடு
அருகருகே தவளைகளின் சப்தம்
நாரைகள் அலகு நீட்டி அசைகின்றன
தடதடத்து மனமதிரச் செல்லும் இரயில்
மேலதிகப் பனி பொழியும்
இந்தக் காலங்கள் துயரமானவை.

யாரோ நானறியேன்

புற்களையுண்ணும் விலங்குகள்
தம் உதடுகளால் அதன் கொழுந்துகளை மட்டும்
ஆய்ந்து உண்கின்றன
நிலமெங்கும் வேர்கள் ஜீவித்திருப்பது
அவற்றுக்குத் தெரியும்
நிலத்தில் மறைந்திருக்கும் அக்னிக்கு
மேற்பரப்பில் பச்சை நிறம் காட்டும் புற்கள்
பாலையில் ஈச்சை
ஒரு தாவர நீரூற்று
மலைமீதோ இச்சை பூரிக்கும் மரங்கள்
காற்றையும் கடலையும்
மழையையும் சேற்றையும்
நாலாயிரம் காலமறிந்து வாழ்ந்தோம்
வேர்விட்டு விலங்குபோல்
விச்ராந்தியாகத்தான் முடியவில்லை
பின் புல்லாகி பூண்டாகி பல்விருகமாகி
பாம்பாகி
யார் யாரோ நாமறியோம்.

கால் மாற்றி நிற்பவன்

இழப்பது ஒன்றும் அரிய காரியமில்லை
பெறுவது ஞானமெனில்
வெட்ட வெளியில் வாழும்வரை
அன்றி வேறோர் இருப்பிருக்கிறதா
சொல்லைக் கை மாற்றாய்க் கொடுத்து
கால் மாற்றி மாற்றி நிற்பான் ஒருவன்

சிறு கொக்கென நினைத்தாலும்
கடந்து வந்த காதங்கள்
நம் பாதமறியாது
தத்துவத்தைச் சுட்டுக் கரியாக்கினேன்
கரி சாம்பலானது

மத்துவமோ சமத்துவமோ
வேகாத வெயிலில்
நோகாமல் நிற்கிறது பாழ் வெளி.

சிந்தையின் பணியாளர்

கனவுகளைத் தொகுக்கும்போது
எனது சிந்தையின் பணியாளர் உறங்கிவிடுகிறார்
சென்ற முறை அவர் ஞாபகப்படுத்தியது
ஆறு முறை தந்தையெனவும்
இரண்டு முறை புலால் உணவு என்றும்
ஒரு முறை நிர்வாணம்
இரண்டு முறை கோவில் ஸ்தலம் என்றார்

காதலி யாரும் வரவில்லையா என வினவினேன்
கடுமையாகத் திட்டியதால்
வரவில்லை என ஒரு ஸ்திரீயும்
எப்போதும் நினைத்துக்கொண்டிருப்பதால்
ஏன் வர வேண்டும் என ஒரு மாதும்
யாரெனத் தெரியாத முகத்துடன்
இரு மங்கைகளும் வந்ததாகப்
பணியாளர் எடுத்துரைத்தார்

ஆழ்ந்து உறங்குவது உடலுக்கு நலம் எனவும்
இரக்கம் கொண்டார்
எப்படி முடியும் எனச் சலித்திருந்தேன்
இடைக்காலப் பணி நீக்கத்தில் இருந்த
ஊழியர் ஒருவர் தொலைபேசியில்
ஐயா உங்களை இன்று அதிகாலைக்
கனவில் கண்டேன்
எனப் பகர்கிறார்.

தாகமென்றால் அடைப்பட்ட குடிநீர்

இரு வாதுமை மரங்களிடையே தெரியும்
நீர்ப்பறவையின் தடாகம்
கரை சுற்றி வானுயர் மதில்கள்
நான் காடுகளையும் விலங்குகளையும்
விட்டு வந்து கற்பகோடி காலமாயிற்று
ஏதேனும் ஒரு பறவை அதைக் கூக்குரலிட்டு
மனங்கொள்ளச் செய்கிறது

நன்மையான காதலுக்குப் பழகிய
நாட்டிடையில் எனக்கொரு குடியிருப்பு
இப்போது தீண்டுவதில்லை
குளிர் மழை காற்று நெருப்பு

தேகம் கொண்டலைகிறேன் இக்கணம்
தாகமென்றால் அடைபட்ட குடிநீர்
தாவரங்களே உணவு

தூய ஆற்றின் கரையில் என்னைக்
கண்டாருண்டோ
காட்சி சாலையில் விலங்குகள் காண இல்லை
எனக்கொரு அடையாளம்
பெரும் மதில்களிடையே
காடு மறந்தோர் துயிலும் காப்பகங்கள்.

ஆசிரியரின் பிற நூல்கள்

அந்தர மீன்

(கவிதைகள்)

ரூ. 100)

மனித உறவுகளில் ஏற்படும் சிக்கல்களையும் சொற்களின் பின்னால் எப்போதும் நடமாடிக்கொண்டிருக்கும் பெயரற்ற பிம்பங்கள் பரிமாறிக்கொள்ளும் உணர்ச்சிகளையும் உசாவுகின்றன தேவேந்திர பூபதியின் கவிதைகள்.

வெளிச்சத்தின் வாசனை

(கவிதைகள்)

ரூ. 70

சமூக உறவுகள் தந்த அடையாளங்களின் மறுதலிப்பும் சுய அடையாளம் நோக்கிய தேடலும் மறுதலித்த அடையாளங்களைத் தெரிந்தே மறுபடி ஏற்றுக் கொள்ள வேண்டிய நிர்பந்தங்கள் பற்றிய வெளிச்சங்களும் தேவேந்திரபூபதியின் கவிதை உலகு உலாவும் வெளியாக இருக்கிறது. தான் தேடிய தன் அடையாளத்தைத் தந்தையிடமும் தன்னிடம் தன் மகனின் அடையாளத்தையும் கண்டு கொள்ளும் வியப்பு இவர் கவிதைகளில் புதிய தளங்களைக் காட்டுகின்றது.

ஆனந்த்

வாரணாசி

(கவிதைகள்)

ரூ. 100

அகவெளியில் நீந்திப் போகும் பிம்பங்களைப் பற்றிப் பிடித்துக் கோத்துப் பின்னும் லாகவம் பூபதிக்குக் கைவந்ததுதான். இந்தத் தொகுதியில் நேர்ந்திருக்கும் புதிய விஷயம், கவிதையின் உள்ளொழுங்கைக் கலைத்துக் கலைத்துப் போட்டுப் புதிய ஒழுங்கை உருவமைக்கும் பெரும் விளையாட்டை விளையாடியிருக்கிறார் பூபதி. கவிதையின் உள்வெளியில் பிம்பங்கள் தொடர்ந்து புதிய ஒழுங்குக் கோலங்களைப் பின்னிக்கொண்டே இருக்கும் ஜாலம் கவிதைகளில் நிகழ்ந்துகொண்டே இருக்கிறது.

ஆனந்த்

நடுக்கடல் மௌனம்

(கவிதைகள்)

ரூ. 80

சமகால நவீன கவிதையின் குறிப்பிடுவதற்குரிய சுய முகங்களில் ஒன்று பா. தேவேந்திரபூபதியினுடையது. பத்துப்பதினைந்து கவிஞர்கள் சமகால தமிழ்க் கவிதையை உள்ளடக்கத்தின் பழம்பாசியிலிருந்து அகற்றி, அதேசமயம் தொன்மரபின் தொடர்ச்சி கெடாமல் பாய்ச்சலை நிகழ்த்தியிருக்கிறார்கள் என்று சொல்லலாம். இது ஒரு கவிதை இயக்கமாகத் தமிழில் நடந்தது. உலகின் எந்தச் சிகரத்திலிருக்கும் கவிஞனோடும் சம அந்தஸ்துக்கும் மேலே உறவு கொள்ளும் தகுதி கொண்டது சமகாலத்தின் இந்த மாற்றம். இதன் சுவடுகளால் நிறைந்தவை தேவேந்திரபூபதியின் கவிதைகள். அன்றாட நிகழ்வுகளில் சகலவிதமான அனுபவங்களையும் ஆன்மீகத் தளத்திற்கு நகர்த்த இக்கவிதைகள் முயற்சி செய்கின்றன. புற தளங்களின், அலங்காரங்களின் பாசாங்குகளைக் கடக்கவும், அன்பின் ஸ்தூல வடிவை முன் நகர்த்தவும் எத்தனிக்கும் இவரது கவிதைகள்; ‘அன்பு வெகு தூரத்திலிருப்பது! வழியெங்கும் தடைகள்’ என்பதைக் கண்டுபிடிக்கவும் செய்கின்றன. புற உலகின் பற்றுதல்களை அன்பின் கரத்தால் புறந் தள்ளுதலின் மொழி உருவமே இந்த ‘நடுக்கடல் மௌனம்.’

லக்ஷ்மி மணிவண்ணன்